దివ్య మార్జాలం

దివ్య మార్జాలం

కథ - ట్యూలా పెరె
వ్యాఖ్యాచిత్రాలు - క్లాడియా బెజాక్
లేఅవుట్ - పీటర్ స్టోన్
తెలుగు అనువాదం - ఎన్. రాజశేఖర్ రావు

ISBN 978-952-357-235-5 (Hardcover)
ISBN 978-952-357-236-2 (Softcover)
ISBN 978-952-357-237-9 (ePub)

మొదటి ఎడిషన్

కాపీరైట్ © 2019 విక్ విక్ లిమిటెడ్

ప్రచురణ 2019 - విక్ విక్ లిమిటెడ్

హెల్సింకి, ఫిన్లాండ్

The Healer Cat, Telugu Translation

Story by *Tuula Pere*
Illustrations by *Klaudia Bezak*
Layout by *Peter Stone*
Telugu translation by *N. Rajasekhar Rao*

ISBN 978-952-357-235-5 (Hardcover)
ISBN 978-952-357-236-2 (Softcover)
ISBN 978-952-357-237-9 (ePub)
First edition

Copyright © 2019 Wickwick Ltd

Published 2019 by Wickwick Ltd
Helsinki, Finland

Originally published in Finland by Wickwick Ltd in 2016
Finnish "Parantajakissa", ISBN 978-952-325-055-0 (Hardcover), ISBN 978-952-325-555-5 (ePub)
English "The Healer Cat", ISBN 978-952-325-187-8 (Hardcover), ISBN 978-952-325-687-3 (ePub)

All rights reserved. No part of this publication may be reproduced, stored in a retrieval system, or transmitted in any form or by any means, mechanical, electronic, photocopying, recording, or otherwise, without the prior written permission of the publisher Wickwick Ltd. The only exception is brief quotations in printed articles and reviews. For details and written permissions, contact rights@wickwick.fi.

Wickwick books are available at special discounts when purchased in quantity for premiums and promotions as well as fundraising or educational use. Special editions can also be created to specification. For details, contact specialsales@wickwick.fi.

TELUGU EDITION

దివ్య మార్జాలం

TUULA PERE · KLAUDIA BEZAK

WickWick
Children's Books from the Heart

క్యాటీ అనే పిల్లి ఫిర్యాదు చేయలేదు. అది ఇటుకల పొయ్యి మీద హాయిగా పొయ్యి యొక్క వెచ్చదనాన్ని ఆస్వాదిస్తూ సేదతీరుతూ ఉంది మరియు యజమానురాలు ఫ్రీజ్ చేయడం కోసం తీయటి బన్నులని సంచులలో పెట్టడం చూసింది. కొద్ది సమయంలో ఆమె కంచం నిండుగా మీగడ పాలు వడ్డిస్తుంది మరియు కాఫీ టేబుల్ దగ్గర దానిని తన ఒడిలో తిరుగనిస్తుంది .

క్యాటీ ఆ ఇంటి యొక్క ఏకైక పెంపుడు పిల్లి. పశువుల శాలలోని పిల్లులు అంతగా అనుకూలంగా లేని పరిస్థితులకి సంతృప్తిపడాల్సివచ్చేవి. కానీ క్యాటీ ఒక సాధారణ పిల్లి కాదు; అది దాని యొక్క దివ్య శక్తులతో ఇరుగు పొరుగు ప్రాంతాలలో ప్రసిద్ధి పొందిన ఒక దివ్య మార్జాలం. అనేక మంది మానవులు మరియు జంతువులు, దాని యొక్క అల్పమైన మూలుగు మరియు మృదువైన పాదాల యొక్క శక్తితో, సమానంగా నయం చేయబడ్డారు.

రాత్రుళ్లు తరచుగా యజమాని మరియు యజమానురాలు మంచం మీద పక్కపక్కన పడుకొని, రోజు వారి పత్రికలు చదువుతారు. ఆ దివ్య మార్జాలనికి వారికి తోడుగా ఉండి, వారిద్దరి వేళ్ళు మరియు మడమలని మార్చి మార్చి వెచ్చపరిచే లేదా యజమానురాలి నొప్పిగా ఉన్న వీపు మీద తిరిగులాడే అలవాటు ఉంది. క్యాటీ యజమానురాలి బాగోగులు చూడడంలో మరింత శ్రద్ధ పెడుతుంది, ఎందుకంటే, ఎంతైనా తనని బాగా చూసుకునేది ఆమెనే కనుక.

మంచు తుఫాను రోజంతా కొనసాగింది మరియు సాయంత్రం దగ్గర పడడంతో, మంచు మరింత తీవ్రమైంది. పరిసర ప్రాంతం నుండి వివిధ జంతువుల ఒక సమూహం క్యాటీని చూడడానికి వచ్చింది. అవి అన్నీ దేనినైతే గొప్పగా ఆరాధిస్తాయో మరియు ఏదైతే ఇప్పుడు ఇటుక పొయ్యి మీద మూలుగుతూ కూర్చున్నదో, ఆ దివ్య మార్జాలం చెప్పేది వినడానికి అవి అన్నీ ప్రధాన గది నేలపై గుమిగూడాయి.

ఈసారి తోటలోని ఒక పెద్ద చెట్టు మీద నివసించే ఒక ఉడుత కుటుంబం, ఒక పిచ్చుకల జంట మరియు ఆ ఇంటి కాపలా కుక్క అయిన రెక్స్ ఉండినాయి. క్యాటీ కళ్ళు సగం మూసి ఉండినాయి మరియు ఒక లోతైన మూలిగే శబ్దం దాని గొంతు నుండి ప్రతిధ్వనించింది. అవి అన్నీ ఆ మసక గదిలో ఆ ప్రశాంత సాయంత్రాన్ని ఆనందిస్తుండినాయి.

యజమానురాలుకి జంతువులంటే చాలా ఇష్టం మరియు ప్రతీ జంతువు తమ చర్మం పై ఉన్న మంచును విదిలగొట్టుకొని మరియు తమ పాదాలను శుభ్రంగా తుడుచుకొని రావడం గుర్తుపెట్టుకున్నంతవరకు, ఆమె ఈ సందర్శనలను పట్టించుకోదు. కొన్ని సమయాలలో ఆమె సందర్శకులకు కొన్ని సాయంత్రపు అల్పాహారాలని వడ్డిస్తుంది మరియు చిన్న కప్పులలో ఓట్స్ గింజలని, ధాన్యాలను మరియు నీటిని తలుపు ప్రక్కన నేలపై పెడుతుంది.

క్యాటీ నేలపై విశ్రాంతి తీసుకుంటున్న జంతువులని తన కనురెప్పల మధ్య నుండి తదేకంగా చూసింది. దానికి వాటన్నిటి గురించి చాలా బాగా తెలుసు. ఎంతైనా, అది పుట్టినప్పటి నుండి ఇదే ఫాం హౌస్ లో నివసిస్తూ ఉంది. దానికి వాటి యొక్క రుగ్మతలు కూడా తెలుసు.

రెక్స్, పాత కాపలా కుక్క , ఇన్నిసంవత్సరాలలో తన బలాన్ని చాలా వరకు కోల్పోయింది మరియు ప్రస్తుతం తన అరుపులని క్రొత్తవారి కోసం దాచుకుంది. దాని స్వరం కూడా బొంగురుగా మారింది. కొన్ని సమయాలల్లో దివ్య మార్జాలం తన వెచ్చని పాదంతో రెక్స్ ఛాతీ మీద, ఎక్కడ దాని యొక్క నమ్మకమైన గుండె నెమ్మదిగా కొట్టుకుంటుందో, అక్కడ ఒత్తేది. దీనిని అనుభూతి చెంది, ఆ కుక్క ఒక దీర్ఘ శ్వాస తీసుకుని తన తోకను ఆడిచ్చేది. ప్రస్తుతం రెక్స్ తన పాదాల మధ్యలో తన తలను పెట్టుకొని పాత తివాచి మీద గురక పెడుతూ ఉంది.

నేలపై మర్చిపోబడిన పిచ్చుకలు, ఒక నూలు బంతి మీద పక్కపక్కనే కూర్చున్నాయి. విచ్చుకొని ఉన్న వాటి ఈకలతో అవి వెచ్చని వేసవి రోజుల గురించి కలలు కంటున్నాయి.

ఉడుత కుటుంబం యొక్క అనారోగ్యాలు కూడా దివ్య మార్జాలమైన క్యాటీకి తెలుసు. ఆ ఉడుతలు అనేక సందర్భాలలో దాని సహాయం కోసం వచ్చేవి.

గత వేసవిలో తండ్రి ఉడుత తన ముందు పదాన్ని గాయపరుచుకుంది. తోట ప్రక్కన ఉన్న రాతి గోడ వెంబడి గెంతుతున్నప్పుడు దానికి గాయమైంది. దివ్య మార్జాలం ఎన్నో రాత్రులు తన మృదువైన పాదంతో గాయమైన ప్రదేశం మీద ఒత్తడం వల్ల నొప్పి క్రమంగా తగ్గింది.

పిల్ల ఉడుతలు ఆరోగ్యంగా ఉండేవి, కొన్నిసార్లు ఇంకా చాలా శక్తివంతమైనవిగా ఉండేవి. అయితే అదృష్టవశాత్తు, అవి పిల్లి యొక్క ఉపశమనం కలిగించే మూలుగును విని శాంతపడేవి. పిల్లల సంరక్షణ బాధ్యతల నుండి విశ్రాంతి పొందే సమయాన్ని పొందడానికి తల్లి ఉడుతకి ఇది ఖచ్చితంగా అవసరమయ్యేది.

ఇప్పుడు కూడా తల్లి ఉడుత ఒక ఆనందకరమైన సగ-నిద్రలో ఉంది. అది తన పొడవైన మరియు మెత్తటి తోకను తన పిల్లల చుట్టూ త్రిప్పి పెట్టింది. తలుపు బలంగా తట్టబడి ప్రశాంతత చెదరి పోయే వరకు, ఆ గదిలో ఒక ప్రశాంతమైన మగత ఆవరించి ఉండింది. ఉలికిపడిన మొత్తం సమూహం మేల్కొని అది ఎవరో అని చూడడానికి అటు తిరిగాయి.

వేసి ఉన్నముందు తలుపు తెరచుకుని ఒక పర్వత కుందేలు గది లోకి గెంతుతూ వచ్చింది. అది తనతో పాటు చల్లని గాలి తమ్మెరను మరియు ఫిర్ కొమ్మల యొక్క వాసనను తీసుకువచ్చింది. అసంతృప్తితో ఇతర జంతువులు కదిలించబడ్డాయి. ఎందుకు కుందేలు అలాంటి ఆతురుతతో వచ్చి దివ్య మార్జాలం యొక్క సంరక్షణలోని వారి యొక్కఆహ్లాదకరమైన సమయాన్ని ఆటంకపరచింది?

– క్యాటీ దివ్య మర్జాలమా, మీరు నాకు సహాయం చేయాలి, అని కుందేలు బలంగా శ్వాస తీసుకుంటూ అన్నది.
– నిజానికి మీరు సహాయం చేయాల్సింది నా చిన్నారి బిడ్డకు.

– విషయం ఏమిటి? అని క్యాటీ కొంత కలవరపాటుతో అడిగింది. అది కూడా ఇష్టపూర్తిగా ఇతర జంతువులు తో తన ప్రశాంత సాయంత్రాన్ని కొనసాగించేది.

– చిన్ని కుందేలు దూరంగా వనంలో ఉన్న మా కలుగులో ఉంది, అని ఆందోళనతో ఉన్న తల్లి వివరించింది.
– పాపం దాని ముక్కు ఎర్రగా మారి వేడితో కాలుతూ ఉంది. బాధాకరమైన స్థితిలో ఉన్న బిడ్డ కష్టంగా శ్వాస తీసుకోగల్గుతుంది.

– నీవు ఎందుకు ఇక్కడకి నీ బిడ్డను తీసుకురాలేదు? అని దివ్య మార్జాలం అడిగింగి.

ఈ గడ్డకట్టే చల్లని వాతావరణంలోనా! అడవి గుండా చిన్న రోగిని తీసుకు వచ్చే ఆలోచన కూడా నేను చేయలేను అని తల్లి కుందేలు తనని తను సమర్థించుకుంది.

క్యాటీ దాని సమాధానం పై దీర్ఘాలోచనచేయుటకు చాలా సమయం తీసుకుంది. ఆ చీకటి మరియు గడ్డకట్టే మంచులో దానికి బయటకు వెళ్ళాలనిపించనే లేదు. దాని కన్నా ఇంటి యొక్క వెచ్చదనంలో ఇతరత్రా పనులు చేసుకోవడం సౌకర్యవంతంగా ఉంటుంది.

క్యాటీ ఆలోచిస్తుందని తల్లి కుందేలుకు తెలుసు. కానీ అది అంత సులభంగా వదిలిపెట్టలేదు. దానికి తన బిడ్డ శ్రేయస్సు కంటే ఈ ప్రపంచంలో ఏదీ ముఖ్యం కాదు. అది తన బిడ్డను తిరిగి బాగుచేయడానికి ఏదైనా చేయడానికి సిద్ధమయ్యింది.

-దూరంగా ఉన్న వనానికి, ఇంటి ముందు చూసిన లాగుడు బండిలో, నేను మిమ్మల్ని తీసుకువెళతాను అని కుందేలు చివరకు సూచించింది. ఆ బొద్దుగా ఉన్న పెంపుడు పిల్లి కాలినడకన మంచు గుండా రాలేదని అది భావించింది. అంతేగాక, ఆ ప్రదేశం చాలా దూరంగా కూడా ఉంది.

కానీ, ఆ చిన్నకుందేలును సంరక్షణ లేకుండా వదలడం సాధ్యం కాదు, అని మిగతా జంతువులు, సహాయం కోసం అభ్యర్థిస్తున్న తల్లి కుందేలు తరఫున శృతి కలిపాయి.

ఎట్టకేలకు, ఆ దివ్య మార్జాలం ఒప్పుకుంది. అది నెమ్మదిగా లేచి తన కాళ్ళు సాగదీసి ఇటుక పొయ్యి నుండి క్రిందికి చేరుకొంది.

– అయితే మనం బయలుదేరుదాం, కానీ , నీవు లాగుడు బండిలో నాకు ఒక ఉన్ని దుప్పటి పరవాలి.

– ఇబ్బంది లేదు, అని కుందేలు హామీ ఇచ్చి, గది చుట్టుపక్కల చూసింది. అది ఊగే కుర్చీ నుండి ఒక దుప్పటి లాక్కొని తలుపు వైపుకు చేరుకుంది. – మనం బయలుదేరుదాం. వృథా చేయడానికి ఎటువంటి సమయం లేదు.

మంచుతో నిండిన లాగుడు బండి వాకిలి ముందు వాటి కోసం నిరీక్షిస్తుండింది. క్యాటీ అయిష్టంగానే లేచి తన చుట్టూ ఉన్న దుప్పటి చుట్టుకుంది. పిల్లి యొక్క ముక్కు మరియు దాని యొక్క కదులుతున్న మీసాలు మాత్రమే మూటలో నుండి బయటికి కనబడతుండినాయి.

కుందేలు, సహాయం కోసం వేచి ఉన్నజ్వరం బారిన పడిన చిన్న కుందేలు ఉన్న వనం వైపుకు ఒక కఠినమైన ప్రయాణానికి సిద్ధమైంది. దివ్య మార్జాలం లాగడానికి అధిక బరువుగా ఉంది. బండి యొక్క చక్రాలు మంచులోకి లోతుగా కూరుకుపోయాయి. కుందేలు యొక్క వెచ్చని శ్వాస మంచుతో నిండిన గాలిలో ఆవిరైపోయింది.

కుందేలు నిరుత్సాహపడినట్లు భావించినప్పుడు, ముందున్న పని ద్వారా అత్యుత్సాహం పొందిన సందర్భాలు ఉన్నాయి. చపలచిత్తంగా మారే మంచు వారి వేగాన్నితగ్గించింది. కుందేలు శ్వాస తీసుకోవడానికి ఆగాల్సి వచ్చింది. అది అలసట చెందుతున్నట్లు అనిపించిన ప్రతీ సారీ, తన బిడ్డ యొక్క చిత్రం దాని కళ్ళ ముందు కనిపించేది. చంచలమైన మంచు తనతో పాటు, అమ్మ కోసం పిలిచే ఒక పరిచయం ఉన్న గాత్రాన్ని తెచ్చినట్టు అనిపించేది.

అడవి దట్టంగా పెరిగింది. పొడవైన చెట్లు ఒకదానిప్రక్కన మరొకటి విస్తరించాయి. ప్రమాదాన్ని ఊహించి కుందేలు ఆందోళన పడింది.

కుందేలు మరియు దివ్య మార్జాలం లాగుడు బండిలో ప్రయాణం చేస్తూ, ఒక నిటారు కొండచరియ కిందకి వచ్చారు. దాని యొక్క చీకటి మూల లోపల నుండి, నాచుతో నిండిన ఒక వెడల్పైన స్ప్రూస్ వెనుక నుండి, వాటి ముందుకు ఒక తోడేలు దూకింది. ఆశ్చర్యంతో అది ఆ ప్రయాణికులని తన తీక్షణమైన కళ్ళతో చూసింది. ఈ విచిత్ర సంచారుల గురించి ఏమి అనుకోవాలి అని ఆలోచిస్తున్నట్టు కనిపించింది. ఆ తోడేలు యొక్క ఖాళీ కడుపులో కొంత స్థలం ఎప్పుడూ ఉంటుంది. ఆ కుందేలైతే సన్నగా కనపడింది, కానీ బండిలో ఉన్న ఆ ఆసక్తికరమైన మూటలో ఏమి ఉంది?

తోడేలు గట్టిగా గాలిని పీల్చుకుంటూ, నెమ్మదిగా వాటి వద్దకు చేరుకుంది.

-క్యాటీ, లేవండి! అని కుందేలు తన తోటి ప్రయాణికురాలిని కోరింది. -మీరు లేచి సహాయం చేయాలి, లేదంటే మన రోజులు లెక్కించబడతాయి.

– ఇక్కడ ఏం జరుగుతోంది? అని పిల్లి బుస కొడుతూ అడిగి తన మీది నుండి దుప్పటి తీసి విసిరివేసింది.

తుఫాను కారణంగా చంద్రుడు రాత్రి దృశ్యాన్ని బలహీనంగా ప్రకాశింపజేసాడు. ఇది తనకు మరియు కుందేలుకు ఒక జీవన్మరణ సమస్య అని క్యాటీ గ్రహించింది. ఆ పిల్లి కొద్దిగా బొద్దుగా పెరిగినప్పటికీ దానికి తన శక్తులు బాగా తెలుసు. ఈ శక్తులు దాని కండరాలు లేదా ఎముకలలో లేవు కానీ ఎక్కడో చాలా లోతుగా ఉన్నాయి. నిర్భయంగా అది తోడేలు వైపు నేరుగా వెళ్ళింది.

పిల్లి మరియు తోడేలు దాదాపు ముక్కు-ముక్కు తాకేటట్లు నిలిచి ఒకదాని కళ్ళలోకి ఒకటి తేరిపార కదలకుండా చూసాయి. కుందేలు ఇరు వైపుల నుండి సంఘర్షణను గమనించింది. అది ఆ సన్నివేశం నుండి పారిపోవాలని లేదా కనీసం తన కళ్ళు మూసుకోవాలని భావించింది, కానీ అది ఆ రెండింటిలో ఏదీ చేయలేకపోయింది. తీవ్ర భయంతో అది, తమ మనుగడ గురించి ఆందోళన పడింది.

కానీ క్యాటీ భయపడలేదు. తోడేలు ఒక బోలు గొంతుకతో గుర్రుమనడం మొదలుపెట్టి మరియు దాని భయానక పళ్ళు చూపించినప్పటికీ, క్యాటీ తన పసుపు కళ్లతో నేరుగా తోడేలును తేరిపార చూసింది. అవి కూడా చాలా అసాధారణ కళ్ళు. అడవి యొక్క చీకటి లో అవి రెండు బంగారు లాంతర్ల మాదిరిగా కనిపించేంత వరకు వాటిని అవి పెద్దవిగా చేసాయి. అవి ఎంత వెలుతురు మరియు వేడిని వెలువరించాయంటే, అది గాలిని ఆపివేసి మరియు గాలిని వేడి చేస్తున్నట్టు అనిపించింది.

కుందేలు ఆశ్చర్యపోయింది. దివ్య మార్జాలం యొక్క శక్తి అది ఊహించిన దాని కంటే కూడా ఎక్కువగా ఉండిది.శక్తివంతమైన పిల్లి ముందు తోడేలు కూడా దాని బలం కోల్పోయినట్లు అనిపించింది. తోడేలు గుర్రుమనడం ఆపేసింది మరియు దాని క్రూరమైన ముఖం మృదువుగా అయ్యింది. కొంచెం సేపు అది కదలకుండా నిలబడి, ఆ తరువాత మౌనంగా వంగింది. క్యాటీ జవాబుగా ఆమోదం తెలిపింది.

బూడిద రంగు తోడేలు చుట్టూ తిరిగి నెమ్మదిగా చీకటిలోకి వెనుతిరిగింది. దివ్య మార్జాలం కుందేలు వద్దకు తిరిగి వచ్చింది. దాని కళ్ళు ఇప్పటికీ పెద్దవిగా మరియు ప్రకాశవంతంగా ఉన్నాయి, దాని స్వరం సాధార ణం కంటే మృదువుగా ఉండింది.

– ప్రియమైన కుందేలు, ప్రమాదం ముగిసి పోయింది. మన ప్రయాణం త్వరితగతిన సాగడానికి ఈ బండిని ఇక్కడే వదులుదాము, అని పిల్లి నిర్ణయిస్తుంది. – నాకు మీ కలుగుకి దగ్గరి దారి చూపు, నేను నిన్ను అనుసరిస్తాను.

అలసిపోయిన జంట చివరకు కుందేలు యొక్క కలుగు వద్దకు చేరుకున్నాయి. తల్లి కుందేలు జాగ్రత్తగా తన ఇంటికి కప్పిన కొమ్మలను తొలగించి దివ్య మార్జాలం మరింత లోపలికి రావడానికి దారి ఇచ్చింది.

-అమ్మ, అమ్మ, అది నువ్వేనా?అని వెనుక మూల నుంచి ఒక చిన్న స్వరం వచ్చినవారిని పలకరించింది. – నేను కొన్నిసార్లు భయపడ్డాను, కానీ నువ్వు తిరిగి వస్తావని నాకు తెలుసు.

తల్లి కుందేలు తన బిడ్డకు ఒక దీర్ఘమైన మరియు సున్నితమైన ఆలింగనం ఇచ్చింది. -ఎందుకు, వాస్తవానికి నేను వచ్చాను నా చిన్ని కుందేలు, అని తల్లి బదులిచ్చింది. -నేను నీకు సహాయం చేయడానికి ఒకరిని తీసుకువచ్చాను. నేను నాతో పాటు ఒక దివ్య మార్జాలాన్ని తీసుకువచ్చాను.

కుందేలు ప్రక్కకు జరిగి క్యాటీ జబ్బుపడిన తన బిడ్డ మంచం వద్దకు చేరుకోవటానికి వీలు కలిపించింది. పిల్లి చిన్న కుందేలు వద్దకు కిందకు వంగి దాని తల మీద తన పాదాన్ని తేలికగా తాకించింది.

-ఉదయించే సూర్యుడు అడవిని వెతురులోకి తెచ్చే సమయానికి, నువ్వు బాగా కోలుకుంటావు, అని దివ్య మార్జాలం దానికి హామీ ఇచ్చింది.

అలిసిపోయిన తల్లి కుందేలు ఎండుగడ్డి కప్పబడిన కలుగు నేలపై నిద్ర మత్తులో పడుకుంది. ప్రతీ కొంత సేపటికి ఒకసారి అది తన కళ్ళు కొద్దిగా తెరిచి చూసినపుడు దివ్య మార్జాలం స్థిరముగా తన రోగి పక్కన కూర్చుని తక్కువ స్వరం లో మూలుగుతుండడం చూసింది. చాలా సంవత్సరాలలో తల్లి కుందేలు రాత్రి మొత్తం ప్రశాంతంగా నిద్రించడానికి తగినంత సురక్షితం అని భావించడం ఇదే మొదటి సారి.

చాలా సమయం లోపు గాలుల తీవ్రత కూడా తగ్గింది మరియు భారీ మంచు తుఫాను చిట్టచివరకు తగ్గుముఖం పట్టింది. అందువలన వనంలో ఉదయం ప్రకాశవంతంగా మరియు ఎండతో నిండిపోయింది. కలుగు ప్రక్కగా, ఒక రోవాన్ చెట్టు యొక్క కొమ్మలపై, ఉల్లాసముగా కిచ కిచ లాడుతున్న ఒక నీలం పక్షుల సమూహం ఉండింది. మునుపటి కంటే వెచ్చగా ఉండబోయే కొత్త రోజు గురించి ఆ పక్షులు ఉత్సాహంగా ఉన్నాయి. ఒక పెద్ద బూడిదరంగు పిల్లి, తల్లి కుందేలును అనుసరిస్తూ, కలుగు నుండి బయటికి వచ్చినప్పుడు, భయపడిన ఆ పక్షులు మరింత దూరంలో సంచరించాయి.

– ఎప్పటికైనా నేను మీకు ఎలా కృతజ్ఞత చెప్పగలను, అని కుందేలు నిట్టూర్చింది. – ఇది చేసినందుకు మీకు ఇవ్వడానికి నా దగ్గర విలువైనది ఏమీ లేదు.

నువ్వు చింతించవద్దు, అని దివ్య మార్జాలం చెప్పింది. – నీ ప్రియమైన బిడ్డకు సహాయపడడం నాకు ఆనందంగా ఉంది. దీనికి నువ్వు ఏమీ చెల్లించాల్సిన అవసరం లేదు.

– నా బిడ్డకు తినిపించి మరియు అన్నీసరి చేసిన వెంటనే, నేను మిమ్మల్ని ఇంటికి తీసుకుపోతాను, అని కుందేలు సూచించింది.

– ఆ అవసరం లేదు. తిరిగి వెళ్ళే దారిని నేను నా సొంతంగా చూసుకుంటాను, అని పిల్లి దాని ప్రతిపాదనను తిరస్కరిస్తూ అనింది.

క్యాటీ మరియు కుందేలు తమ ముందు పాదాలని ఒకరివి ఒకరు నొక్కుకొని వీడ్కోలు చెప్పుకున్నాయి. దిగులుగా వున్న దివ్య మార్జాలం, అడవుల గుండా ప్రయాణానికి బయలుదేరింది.

ఇప్పుడు అంత భయానకంగా కనిపించని సూర్యుడు, అడవిలో తన కాంతిని వెదజల్లాడు. క్యాటీ మునుపటి రాత్రి జాడలని లేదా తుఫాను సద్దుమణిగిన తరువాత మిగిలినపోయిన వాటిని అనుసరించింది. ఇక్కడ అవి కుందేలుతో, ఒకదాని తరువాత ఒకటి ప్రయాణించాయి, అక్కడ లాగుడు బండి ఉండింది, అన్నీ ఇప్పుడు మంచు కప్పబడి ఉన్నాయి.

పిల్లి వారి ప్రయాణపు జాడలను అధ్యయనం చేసింది మరియు అప్పటి సహాసాన్ని గుర్తుచేసుకుంది. నాచు స్ప్రూస్ వెనుక చెట్టు చుట్టూ మరియు దూరంగా అడవి యొక్క లోతులోకి వెళ్ళిన తోడేలు యొక్క పాదముద్రలను అది ఇప్పటికే గ్రహించగలిగింది. కానీ తోడేలు ఒక్కటే ఎక్కడా సమీపంలో లేదు. దాని ఒంటరి ప్రయాణం ఇతర అడవులల్లో మరియు ఇతర రాతి పొలాల్లో కొనసాగింది.

కానీ క్యాటీ ఒంటరిగా ఉన్నట్లు భావించలేదు. ఆ దివ్య మార్జాలం తన తీక్షణమైన చూపును సూర్యుడి వైపుకు మరల్చి తన ముక్కును వెలుతురు వైపుకు ఎత్తింది. దాని మీసాలు సున్నితంగా కదిలాయి మరియు అది ఒక ఉపశమన మరియు ప్రశాంత భావనతో నిండిపోయింది. నిష్కళంకంగా ఎవరికైనా సహాయం చేయగలగడం ఎంత బాగుంటుందో అది దాదాపు మర్చిపోయింది.

కుందేలు యొక్క కలుగులో, క్యాటీ కూడా ప్రేమ యొక్క గాఢతను అనుభూతి చెందింది. తల్లి మరియు బిడ్డ ఒకరినొకరు కలిగి ఉండడం వలన సంతోషంగా ఉండడం, ఆ భావన యొక్క వెచ్చదనం పిల్లి యొక్క హృదయాన్ని కూడా చేరుకుంది. దివ్య మార్జాలం ఈ వెచ్చదనాన్ని ఈ బ్రహ్మాండమైన పర్యటన యొక్క ఒక జ్ఞాపకంగా ఉంచుకోవాలని అనుకుంది.

గాలి దూరంగా విసిరి వేసిన ఉన్ని దుప్పటిని, క్యాటే కనుగొంది. మెరుస్తూ ఉన్న కొండచరియ యొక్క ముఖం మీద వేలాడుతున్న మంచు తునకల చుట్టూ అది ఇరుక్కుపోయింది. పిల్లి ఆ దుప్పటిని తీసుకోవడానికి పైకి ఎక్కింది. ఇంట్లో యజమానురాలు దానిని కోల్పోతుంది.

ఉత్తేజితురాలైన దివ్య మార్జాలం ఇంటికి వెళ్ళడానికి సిద్ధమైంది. మరొకసారి, అది తన చూపును ఉదయ కాంతిలో మెరుస్తున్న మంచు శిఖరం వైపుకు తిప్పింది. వసంతకాలం ఇంకా చాలా దూరంలో ఉన్నప్పటికీ, సూర్యుడు మంచు కంటే బలంగా ఉన్నాడు. ప్రతి మంచు తునక యొక్క కొన వద్ద ఆనంద భాష్పం వంటి ఒక నీటి బొట్టు మిణుక్కుమంటుంది. సంతుష్టి చెందిన క్యాటీ, లాగుడు బండిని ఇంటి వైపుకు తిప్పింది.

www.ingramcontent.com/pod-product-compliance
Lightning Source LLC
LaVergne TN
LVHW072041210825
819277LV00047B/799